ANG PAGLALAKBAY NI
BUTIRIK

Butirik's Journey

Kuwento ni/Story by
A. C. BALMES

Dibuho ni/Paintings by
KORA D. ALBANO

HIYAS

Ang Paglalakbay ni Butirik
Karapatang-ari © 1993 ni Adora C. Balmes

Inilathala (1993) ng OMF Literature Inc.
para sa Hiyas

Ang Hiyas ay tatak ng
OMF Literature Inc.
776 Boni Avenue, Mandaluyong City
Tel. 63(2) 531 43 03
www.OMFLit.com

Guhit ni Kora Dandan-Albano

Muling inilimbag — 1997, 1998, 2000, 2001, 2003 (bagong guhit),
2004, 2005 (dalawang ulit), 2009 (dalawang ulit), 2010, 2011, 2012, 2016

ISBN 978-971-511-317-5

Inilimbag sa Pilipinas

Butirik's Journey
Copyright © 1993 by Adora C. Balmes

Published (1993) by OMF Literature Inc.
for Hiyas

Hiyas is an imprint of
OMF Literature Inc.
776 Boni Avenue, Mandaluyong City
Tel. 63(2) 531 43 03
www.OMFLit.com

Illustrations by Kora Dandan-Albano

Reprinted — 1997, 1998, 2000, 2001, 2003 (with new illustrations),
2004, 2005 (twice), 2009 (twice), 2010, 2011, 2012, 2016

ISBN 978-971-511-317-5

Printed in the Philippines

1 Tampo sa Garahe

Laging nakasimangot si Butirik. Hindi kasi maalis sa kanyang isip na siya ang pinakakawawang dyip sa garahe ni Mang Pedring. Pangit. Walang pumapansin.

Inggit na inggit siya kina Asultan at Pulajero, mga bagong dyip na kasama niya. Puno sila ng dekorasyon. Pareho silang mabilis tumakbo kaya tuwang-tuwa ang mga drayber na nagmamaneho sa kanila.

1 Misery at the Garage

Butirik is a very grumpy jeepney. He's filled with self-pity. He can't get over the thought of his miserable life. To be sure, he must be the sorriest thing in Mang Pedring's garage. He is ugly. Unwanted.

Boy, does he envy the newbies, Pulajero and Asultan. They are gilded to the bumper. Drivers love driving them for their speed.

Si Butirik ang pinakaunang dyip ni Mang Pedring. Dahil luma na ay marami na siyang kalawang at yupi. Mahina na ang kanyang makina kaya sa trapik at baha ay agad siyang tumitirik. Alam ni Butirik na dahil sa madalas niyang pagtirik ay kinaiinisan siya ng mga tao.

"Walang kuwentang dyip!" lagi nilang sabi.

Dahil dito, pinagsusungitan silang lalo ni Butirik. "Hindi ko kayo kailangan," sagot naman niya.

Iisa na lang ang lagi niyang iniisip. Ang kanyang pangarap na makaalis sa lugar na ito.

"Pupunta ako sa lugar na walang trapik, lubak, alikabok at mayayabang na tao. Doon ay magiging masaya ako," pagmamalaki niya.

Pero dahil sa kanyang kasungitan, wala nang nakikinig kay Butirik.

As for Butirik, his glorious days are over. He is now old and weary. Rust and bumps mar his looks. His engine fails in heavy traffic. Flooded streets can knock him down. And for all these things, commuters hate him.

"Worthless jeepney," they always snap.

"Who needs you?" he snaps back.

But Butirik does have a dream. One day soon, he'll run away. For good. Forever.

"To a place with no traffic, no potholes, no dust and no arrogant humans," he declares to no one in particular.

Nobody listens anymore anyway.

2 Kantiyawan sa Kalye

Isang araw ay masayang dumating si Mang Pedring. "Araw mo ngayon, dyip ko, kaya ayusin mo ang pagtakbo. May sorpresa ako sa iyo."

Tinatamad man ay sinunod ni Butirik ang kanyang amo. Pero hindi pa sila nakakalayo ay naipit na sila sa trapik. Uminit agad ang ulo ni Butirik. Sa tindi ng kanyang inis, bigla siyang tumirik, sabay buga ng maitim na usok. Sabay-sabay na bumusina ang mga sasakyan sa likod nila.

"Pareng Pedring," sigaw ng isang drayber, "sindihan mo na lang ang dyip mo."

"Ipagbili mo na lang kaya sa magbabakal," payo naman ng iba.

Nagtawanan ang mga dyip sa paligid ni Butirik. Galit na galit naman itong isa.

2 Mockery in the Streets

But one day, Mang Pedring makes a curious announcement. "My jeepney, behave yourself today for I have a surprise for you."

Butirik complies. For his master, he does make the effort. They haven't gone far when they get caught in crazy traffic. Just the kind of traffic Butirik cannot deal with. In a fit of temper, his engine belches smoke and grime. The engine sputters and stalls, and Butirik stops dead . Bumper to bumper behind them, the other vehicles respond with a chorus of angry honks.

"*Pareng* Pedring," one driver shouts, "just burn that useless jeepney!!"

"Or sell him by the kilo at the junkyard," others advise.

All around, the jeepneys burst with ugly laughter. This, of course, drives Butirik nuts.

"May pagdadalhan na ako sa kanya," mahinahong sagot ni
Mang Pedring, habang nagpapatulong sa ibang drayber na maitabi ang
kanyang dyip. "Doon kami pupunta ngayon."

"Ipagbibili na si Butirik," mabilis na kumalat ang tsismis sa mga dyip.

Sa wakas ay naitabi ang tumirik na dyip at nakalampas ang mga
sasakyang natrapik. Umalis din si Mang Pedring para sumundo ng
mekaniko. Naiwang umuusok sa tabi ng kalye ang natulalang si Butirik.

"Ipagbibili raw ako!" paulit-ulit niyang nasabi. "Pinagsawaan na
talaga ako. Hindi na ako kailangan."

At umiyak nang umiyak si Butirik.

"I have a place in mind for him," *Mang* Pedring assures the others. "I'm taking him
there today."

"Oh–ah, Butirik is for sale," the rumor spreads like lightning.

The stalled jeepney is towed to the side and the traffic eases up. Vehicles zoom
away. *Mang* Pedring goes to fetch a mechanic. Butirik is left alone, shocked at what
he has heard.

"So, I'm for sale," he repeats to himself. "He doesn't want me anymore."

But what can a jeepney do? Butirik can only cry.

9

3 Sa Tingin ng Isang Ibon

"Aba, kaibigang dyip-yip-yip. Tigilan mo iyan at nagigising ang aking mga inakay," saway ng ibong pipit na lumundag sa nguso ni Butirik, mula sa posteng kanyang pinagpupugaran.

"Pasensiya ka na, Aling Pipit at napakalungkot ng aking buhay," singhot ni Butirik na sa pag-iyak ay nakalimutang maging masungit.

"Maraming kuwentong ganyan, hindi lang ikaw," sabi ng pipit na kanina pa pala nakikinig.

"Lalayas ako!" biglang pasiya ni Butirik. "Ngayon din!"

"At saan ka naman pupunta?"

"Doon sa walang trapik, walang lubak. Doon ay hindi ako titirik!"

"Sa langit lang walang trapik. Sa dagat lang walang lubak," paalala ng pipit.

"Doon! Doon ako pupunta!" biglang sigaw nitong isa.

"Para sa lupa ang dyip," saway ng nagulat na ibon.

"Anong gagawin mo doon?"

"Saka ko na iisipin!"

3 A Bird's Eyeview

"Jeep-yip-yip, my friend," a bird calls urgently, swooping down from the lamp post. "Will you please stop that howling, my little ones are sleeping!"

"So sorry, Mrs. Bird, but my life is just too sad," sniffs Butirik forgetting to be mean.

"Just like many others," the bird shrugs. "That's a familiar tale."

"I am running away!" Butirik decides, "Right now!"

"Where to?"

"To a place without traffic. No potholes. A place where I can keep on running!"

"There's no traffic only in the sky; there are no potholes only in the sea," the bird chants.

"There's where I'm going then!" Butirik declares.

"But a jeepney is for dry land," the bird admonishes. "How ever will you manage?"

"I'll think about that later!"

"Bahala ka," sagot ng pipit, sabay lipad. "Isipin mo lang mabuti. Dahil ang pusta ko ay dito ka rin babalik."

"Hindi, Aling Pipit. Hinding-hinding-hindi ako babalik."

At pumikit si Butirik para nga mag-isip. Pero ang inisip niya'y kung paano magkapakpak at makalipad. Napakalalim ng kanyang pag-iisip. Pinagpawisan siya sa pagpikit. Maya-maya nga ay naramdaman niyang tinutubuan na siya ng mga pakpak. Maya-maya ay umaangat na siya mula sa lupa. Tumataas na siya! Lumilipad na si Butirik!

"Well, it's your life," the bird replies, flying away. "But think about it first. I bet you'll be back."

"No, Mrs. Bird, I will never, ever come back!"

Butirik does take time to think. He closes his eyes. But he starts thinking about growing wings and flying. He thinks with all his might. He thinks deeply and madly. He sweats it out thinking, thinking, thinking. And suddenly, he starts sprouting a pair of wings! He is taking off! Butirik is flying!

E E E E E E K ! ! !

4 Sa Langit, Walang Trapik

"Ha-ha-ha! Heto na ako, Langit!" sigaw niyang tuwang-tuwa.

At lumipad nang lumipad si Butirik. Sa taas ng lipad niya'y lumiit nang lumiit ang mga bagay na kanyang naiwan. Mga sasakyan. Mga bahay. Mga bundok.

Maya-maya'y naabot na niya ang mga ulap. Doon ay nagpasirku-sirko siya. Umikut-ikot. Nag-ingay. Ginawa ang lahat niyang maisip.

Pero nagalit ang mga ulap. "Pinaiitim mo kami sa iyong usok," reklamo nila. "Sino ka at ano ang gusto mo?"

"Ako si Butirik, ang sikat na dyip. At dito na ako titira sa langit."

Nagdilim ang mga ulap. Nagtipon sila't nag-usap.

Isang kawan ng mga ibon ang takang-takang umiwas kay Butirik. "Eeeeeeeek! Malaking ibon!" sigawan nila.

14

4 No Traffic in the Sky

"Ha-ha-ha! Sky, here I come!"

Up he flies where his wings would take him. The higher he goes, the smaller the things he's left begin to appear. Cars. Houses. Mountains.

In the clouds, he flips and tumbles and wiggles. He makes all sorts of noise. He does everything he wants.

But this disturbs the clouds. "You're polluting us with your smoke," they complain. "Who are you, and what do you want?"

"I am Butirik, the famous jeepney," he boasts. "I will now live among you."

The clouds thicken and darken. They discuss this development.

A flock of birds swerve from the jeepney.

"Eeeeeeeek! A giant bird!" they scream.

"Maliit na *jet*!" malakas na preno ng isang eroplanong muntik nang sumalpok sa likod ni Butirik.

"Dyip ako!" nakuhang isagot ng tumalsik na si Butirik.

"Kitzzzzzk!! Anong dyip?" lagitik ng kidlat na umikot sa dyip.

"BAKIT KA NARITO?!!" dagundong ng sumunod na kulog.

"Taga-langit na ako," pagmamalaki ni Butirik.

"Hindi ka tatagal dito," babala ng ulan na biglang bumuhos.

"Umuwi ka na," utos ng araw na biglang sumungaw.

"Ihahatid na kita," alok ng bahagharing biglang sumilip.

"Ayaw ko!" sigaw ni Butirik na nanginginig. "Kung ayaw ninyo sa akin ay hahanap ako ng ibang lugar!"

At mabilis na lumipad paitaas si Butirik. Pataas nang pataas hanggang hindi na niya marinig ang mga boses na nagpapauwi sa kanya.

"A small jet!" An airplane almost slams against Butirik.

"I am a jeepney!" Butirik screams back.

"Kitzzzzzk!! What's that?!!" a bolt of lightning zigzags around him.

"WHAT ARE YOU DOING HERE?!!" roars the thunder.

"I live here now!" Butirik roars back.

"You'll never make it here," pours the rain.

"Go home," orders the sun who takes a peek.

"Never!" screams Butirik. "If you don't want me here, I shall look for a better place!"

And off he flies, higher and higher, until the clamoring voices start to fade.

5 Ang Utos ng Araw

Dumidilim sa paligid nang biglang mapatigil si Butirik. Napanganga siya sa gulat. Parang walang-hanggan ang lugar na kanyang pinupuntahan. Pagkarami-raming bolang kumikislap. Nakakalat sa dilim na walang katapusan!

"Ano ba itong aking nasuotan?"

"Kalawakan," sagot ng bituing nakabantay.

"Saan ka pupunta?" tanong ng sumulpot na buwan.

"Baku-bako ang iyong mukha!" nasabi ni Butirik na sa takot ay hindi nakapag-isip.

"Gusto mo ng away?" hamon ng nainsultong buwan.

"Bakit daw? Away daw?" sabat ng maliliit na bituing biglang lumapit at nagkumpulan.

"Puwede ba siya dito?" tanong ng bulalakaw na biglang dumaan.

"Kung kakayanin niya," sabay-sabay na sagot ng mga planetang umiikot sa kanilang daan. "E, hayan, may kaaway na."

18

5 The Sun's Command

Light turns to dark and Butirik brakes to a halt, with mouth agape. Up ahead and all around him is endless space. With so many round things glittering amidst the infinite darkness.

"What is this place?" he asks in awe.

"Space," answers the star-on-guard.

"And where are you going?" asks the moon, appearing from nowhere.

"Your face is full of holes!" Butirik, scared and unable to think, blurts out.

"Are you trying to pick a fight?" demands the insulted moon.

"A fight? A fight?" whisper the little stars quickly gathering round.

"Is he allowed here?" a shooting star asks in passing.

"If he survives," answer the planets. "But this early, he has already made an enemy."

"Anong gulo 'yan?" tanong ng araw na nasa gitna ng mga planetang gumagalaw. Itinapat niya ang kanyang ilaw sa bagay na pinagkakaguluhan.

"Ikaw na naman?" sigaw niyang nagulantang.

"Narito rin kayo?" naisagot ni Butirik na silaw na silaw.

"Ano ba ang gusto mong patunayan? Umuwi ka na at masasaktan ka lang," muling utos ng araw.

"Itapon siya!" sigaw ng buwan na namumula sa kahihiyan.

"Subukan muna," awat ng bituing bantay. Isang kometang may mahabang buntot ang humarap kay Butirik. Winalis ng kanyang gintong buntot ang dyip na nawalan ng panimbang at mabilis na nahulog.

"Ahhhhh!" Patumba-tumbalik si Butirik. Mabilis na mabilis ang kanyang pagbulusok. Pababa nang pababa, pabalik sa lupa.

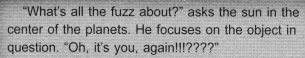

"What's all the fuzz about?" asks the sun in the center of the planets. He focuses on the object in question. "Oh, it's you, again!!!????"

"You're here, too?" yelps Butirik.

"Just what are you trying to prove?" asks the sun.

"Go home or you'll get hurt!" he commands.

"Down with the thing!" screams the embarrassed moon.

"Try him out first," declares the star-on-guard. But a comet appears and sweeps Butirik with its long, bright tail. Butirik falls head-on.

"Ahhhhh!" He's falling so fast, down, down, down, back to the earth where he belongs.

6 Sa Dagat, May Lubak Din

"Ayaw ko pang bumalik!!" iyak ni Butirik. Natatanaw na niya ang lupa nang kanyang mamataan ang maluwang at tahimik na dagat. *Sa dagat daw, walang lubak*, naalala niya. At ginamit ni Butirik ang natitira niyang lakas para sa dagat siya bumagsak.

Nabingi ang mga alon sa biglang pagbulusok ni Butirik.

"Ano 'yun?" tanong nila, sabay sunod sa bagong dating.

"Maliit na barko," bulungan ng mga isda.

"Dyip ako!" sagot ni Butirik na lumakas ang loob nang mapansing napalitan ng palikpik ang kanyang mga pakpak.

"Kalaban!" sigaw ng oktopus na pumulupot sa kanya.

Nabangga sa mga batong magagaspang ang nagpupumiglas na dyip. Tumalsik ang oktopus. Umikot ang dyip. Mga ngipin ng pating ang kanyang nakaharap. Sinagpang siya ng pating, pero sa tigas ng dyip, nabungian ang pating ng ngipin. Galit na bumitaw ang pating kay Butirik.

6 No Potholes at Sea

"I'm not going back!!" Butirik screams. In the distance, he sees the vast blue sea. *No potholes in the sea*, he recalls. He uses all his energy to veer directly towards it.

The waves are startled by the loud splash Butirik makes.

"What's that?" they ask.

"A small ship," the fishes whisper.

"I am a jeepney," Butirik insists, regaining his bombast as his wings turn to fins.

"An enemy!" an octopus cries, wrapping his tentacles around the jeepney.

Butirik crashes against the corals. The octopus gets thrown off. The jeepney spins. He faces the flashing teeth of a hungry shark. The shark tries to bite him but he was too hard. The shark breaks its tooth and angrily swims away.

Mabilis na sumisid pailalim ang ating dyip. Sumisid nang sumisid nang sumisid. Hindi siya tumigil hanggang hindi niya nararating ang pinaka-ilalim ng dagat.

At doon, tumahimik ang lahat. Walang humahabol. Walang nagtatanong. Walang nakikialam. Hindi siya pinapansin ng mga dinatnan niya doon.

"A, ito na," sabi niya. "Ito na ang hinahanap ko."

Nakahinga siya nang maluwag. Ipinasag na mabuti ang kanyang palikpik. Lumangoy nang lumangoy sa paligid. Napakaraming kulay! Napakaluwang! A, kaligayahan.

"Sa wakas," buntong-hininga ng nakangiting si Butirik.

Butirik dives deeper and reaches the bottom of the sea. Silence. What bliss! At last. No fights. No intrigues. No questions. No one minds him at all.

"Ah, this is it," Butirik decides. "This is the place I've been looking for."

All these colors! All this space! Ah, happiness.

7 Tahimik, Nag-iisa

Sa di-kalayuan, isang malaking anino ang kanyang naaninag.

Lumapit siya dito. "Kuweba siguro ito."

May garahe na siya, solong-solo pa niya.

Umikut-ikot si Butirik sa malaking bagay.

Ininspeksiyon ito. Barko! Barko pala! Isang malaking-malaking barko!

Sumilip siya sa mga siwang at nakita ang mga nakakalat na kayamanan at alahas sa mga baul at tapayan. Pero kahit ano ang gawin niya, hindi siya makapasok dito. Loob at labas nito'y nabubulok na. Matagal nang lumubog ang sasakyang ito. Nakalimutan na. Wala nang nakakaalala.

Biglang nalungkot si Butirik. Heto nga ang lugar na hinahanap niya. Walang kontrabida. Kanyang-kanya. Pero heto rin ang magiging kapalaran niya. Mabubulok siyang nag-iisa.

Pinakiramdaman ni Butirik ang kanyang sarili. Lumalangitngit na ang kanyang mga bakal! Gumagapang na rin ang kalawang sa kanyang katawan! Naiyak sa matinding lungkot si Butirik. Nanlamig siya sa takot.

"Magiging katulad ba ako ng barkong ito?"

Naalala niya si Mang Pedring. Sina Asultan at Pulajero. Ang garahe. Pero naalala rin niya ang mga insulto sa kalye. Ang trapik at baha. Ang lubak at alikabok. At kung ipagbili siya? Paano kung hindi kasimbait ni Mang Pedring ang bago niyang amo? Napailing si Butirik.

"Hindi pala puwedeng tumakas. Kailangang harapin ko silang lahat."

Parang estatwa si Butirik sa harap ng barko. Nag-iisip. Hanggang mabuo ang kanyang pasiya.

"Babalik ako."

7 Silent and Alone

A shadowy thing catches his eye. He swims
towards it. Perhaps it's a cave in which to seek
shelter—a garage for his very own.

But it turns out to be a ship! A really big ship.
Inside are broken things and lots of stuff. Treasures spill
from jars and chests. But there's no way to get to them.

The ship is rotting, eaten up by rust inside and out.
It must have sunk centuries ago. And it has been forgotten.

A sudden sadness comes to Butirik. Here, at last is the
place he's looking for. But would this be his fate too?
To rot away, alone.

He begins to feel the rust creeping slowly over him.

"Am I going to be like this ship?"

His eyes smart with tears. He remembers *Mang* Pedring.
Pulajero and Asultan. The garage. But . . . he also remembers
the streets out there. The insults. The traffic. Potholes.
Flashfloods. Pollution. And if he gets sold? Should his
new master be unkind, what then? Butirik shakes
his head.

"So I will have to face them, after all."

As still as a statue before the ship,
Butirik mulls his future and comes to
a decision.

He is going back.

8 Pagbabalik sa Lupa

Magaan ang pakiramdam na lumangoy pabalik sa ibabaw ng dagat si Butirik. Pabalik sa kanyang pinanggalingan. Haharapin na niya ang kanyang tunay na buhay.

Isang nakasalaming balyena ang humarang sa kanyang daan. "Ano'ng klaseng isda ka?" tanong nito, habang may hawak na mahabang-mahabang listahan.

"Dyip ako. At babalik na ako sa aking amo."

"Dyip! Ha-ha-ha! Dyip sa dagat?" hindi makapaniwalang halakhak ng balyena. Sa pagtawa niya'y sumigalpot ang naipong tubig sa kanyang likod. Nadala ng malakas na puwersa ng tubig si Butirik. Tumilapon siya papataas, papalabas ng dagat, hanggang sa mga ulap, at mula doon ay pasirkong pababa sa lupa.

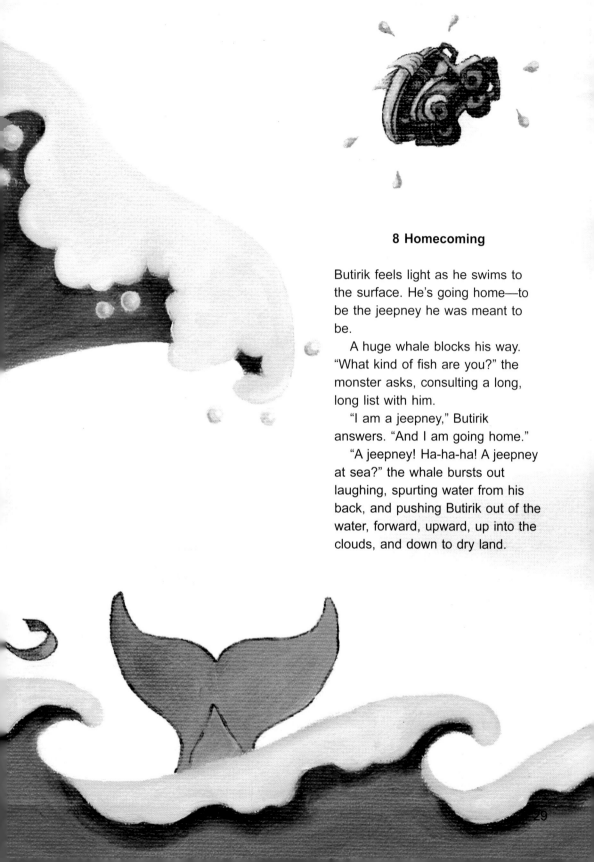

8 Homecoming

Butirik feels light as he swims to the surface. He's going home—to be the jeepney he was meant to be.

A huge whale blocks his way. "What kind of fish are you?" the monster asks, consulting a long, long list with him.

"I am a jeepney," Butirik answers. "And I am going home."

"A jeepney! Ha-ha-ha! A jeepney at sea?" the whale bursts out laughing, spurting water from his back, and pushing Butirik out of the water, forward, upward, up into the clouds, and down to dry land.

Bla-ga-dag-bragadag-tsak! Trrrrrng-ka-tsak-gag!!!@#%!!! At nakauwi na nga si Butirik.

"Si Dyip-yip-yip! Bumalik! Bumalik!" At heto na nga si Aling Pipit, nakapamaywang na dumapo sa kanyang nguso.

"Kanina ka pa hinahanap ng iyong amo. Alalang-alala siya sa iyo!" Hindi makasagot ang humihingal na dyip.

Maya-maya ay dumating na si Mang Pedring, kasama ang mekaniko. Takang-taka sila kung bakit hindi nila nakita agad si Butirik. At kung bakit may mga maliliit na isda pang naglulundagan sa loob nito.

Inayos nila ang makina ni Butirik. Pagkatapos, dinala nila ito sa isang malayong lugar, na may napakaraming bagong dyip. Iniwan nila doon si Butirik. Sa loob ng maraming araw, pinagkaguluhan ng iba't ibang tao ang dyip. Tinanggalan ng kalawang. Pinalitan ng kaha. Pinalitan ng makina. Binihisan ng matitingkad na kulay.

Ito pala ang sorpresa ni Mang Pedring!

Blagadag-bragadag-tsak! Trrrrrng-ka-tsak-gag. Dla-gag!!!@#%!!! Butirik has come home at last.

"The Jeep-yip-yip-yip! He is back!" is the first sound of joy he hears.

Mrs. Bird quickly flies down to him.

"Your master has been looking for you," she scolds him. "He is truly worried."

And here comes *Mang* Pedring, with a mechanic beside him. They find Butirik wet with sea water, little fishes jumping out from inside him.

They rev up the engine, and drive him over to a place quite far away. A place with flashy-looking cars and gaudy new jeepneys.

They leave Butirik there for a very long time. Humans fuss all over him. Work him over. Scrape the rust off his body. Replace the engine. Patch him up in so many places. Change many old parts. Paint him in bright colors.

So, this is the master's surprise!

Hindi nagtagal, inilabas na sa pagawaan ang ating bida.
Isang bago, maganda, at mahinahong dyip!
At dito nagsimula ang
pagbabagong-buhay
ni Butirik.

Many weeks pass. *Mang* Pedring comes back for Butirik. So Butirik
comes out, as good as new — a very poised and confident jeepney!
And here begins a brand new life for Butirik.